रानमोती

D1651986

राणी अमोल मोरे

XpressPublishing
An imprint of Notion Press

XpressPublishing
An Imprint of Notion Press

No.8, 3rd Cross Street, CIT Colony,
Mylapore, Chennai, Tamil Nadu-600004

Copyright © RANI AMOL MORE
All Rights Reserved.

ISBN 978-1-64850-311-5

This book has been published with all efforts taken to make the material error-free after the consent of the author. However, the author and the publisher do not assume and hereby disclaim any liability to any party for any loss, damage, or disruption caused by errors or omissions, whether such errors or omissions result from negligence, accident, or any other cause.

While every effort has been made to avoid any mistake or omission, this publication is being sold on the condition and understanding that neither the author nor the publishers or printers would be liable in any manner to any person by reason of any mistake or omission in this publication or for any action taken or omitted to be taken or advice rendered or accepted on the basis of this work. For any defect in printing or binding the publishers will be liable only to replace the defective copy by another copy of this work then available.

शब्द रुपी रत्न अवतरावे

काव्य ईश्वरा समर्पित करावे

अनुक्रमणिका

प्रस्तावना ix

मनोगत xiii

प्रार्थनीय

1. अंतरी 3
2. आर्त तुला 5
3. अनुयाया 6

सृष्टी

4. जलतत्त्व 9
5. निसर्ग म्हणे मानवाला 10
6. पारवा 11
7. सृष्टीस दान 13
8. गाव 14
9. गावच नव्हतं पत्यावर 15
10. तत्त्व एक आहे 16
11. सावध 18

कंठस्वर

12. रानमोती 21
13. स्पंदने 23
14. कुतूहल 24
15. येशील तू परतुनी 25
16. हृदयात माझ्या 26
17. उसनवारीचे प्रेम 28
18. कसे क्षण सजवू ? 29
19. तुला कुठून शोधले 30

अनुक्रमणिका

20. सोनकळी	32

अंतर्मन

21. नव्यागत	35
22. समाधान	36
23. काही सांगायचे आहे	37
24. आभार	39
25. दगड मारला	41
26. मना भासीते	42
27. मातीमोल	43
28. तुझे माझे	44
29. सोडताना घर	45
30. लग्नाचा कोट	46
31. नावामागे तुझ्या	48
32. हो ! मला प्रतिभा व्हायचं आहे !	49

जीवनराग

33. नजाकत	53
34. नकोस	54
35. एकदातरी	56
36. तंबू	57
37. ध्येया	59
38. पुरस्कार	60
39. वेळ	61
40. बिडी	62
41. प्रहार	64

अनुक्रमणिका

42. रिटायरमेंट	66
43. झुळूक	67
44. भूल करू नका	68
45. जात लेकराची	69

शिवारवीर

46. पिडीत राजा	73
47. घामाचे मोती	74
48. कर्जाला सूट	75

बालमन

49. मुंगी	79
50. छकुली	80
51. जांभई	81
52. वर्गातला बंडू	82
53. लेकुरे गोजिरवाणी	84
54. नामोल्लेख	85

वंदनीय

55. अहिंसका	89
56. चाणक्या गुरु मानुनी	90
57. मर्दांनो लाजा	91
58. रुजव जरा काळजात	92
59. उगवली ज्योती	93
60. देव जाणला	94
61. ज्ञानमोती	95
62. माई	96

अनुक्रमणिका

अनाठाई

63. कातिण	101
64. व्यर्थ विचार	102
65. मद्यासूर	103
66. लिलाव	104
67. ..कश्या फुलतील वेली ?	105

सहज

68. आज तिचा चेहरा..	109
69. खूप प्रेम तुझ्यावर करतो..	111
70. रिकामी पोरं	113
71. म्या होईन सरपंच	115
72. ऑफिस-ऑफिस	117
73. बातम्याच बातम्या	118
74. सारांश	121
75. लेखणी माझी	123

प्रस्तावना

'रानमोती' हा कवयित्री राणी मोरे यांचा दुसरा कवितासंग्रह. यात तब्बल ७५ कविता आहेत. (तब्बल म्हणण्याचा हेतू असा की, हल्ली पंचवीस-तीस कवितांचे कवितासंग्रह काढून आपल्या नावावर कवितासंग्रहांची संख्या वाढविण्याचे प्रकार सर्रास सुरू आहेत).

कौटुंबिक जबाबदाऱ्या समर्थपणे पार पाडत असतानाच निव्वळ त्याच रहाटगाडग्यात अडकून न पडता, त्या आपल्या भोवतालाला सहजपणे सामोरं जात आहेत. त्यामुळे साहजिकच त्यांचं सृजनशील मन शब्दांशी खेळतं. असं म्हणतात की, कविता आपलं जगणं समृद्ध करते. जगण्यातील अनेक पदर समजून घ्यायला मदत करते. म्हणूनच आपल्या एका कवितेत त्या सहजपणे लिहून जातात :

लेखणी माझी बरेच काही लिहून जाते

बोलणाऱ्यांना बोलून जाते

ऐकणाऱ्यांना ऐकवून जाते

दिसणाऱ्यांना दाखवून जाते

समजणाऱ्यांना भावून जाते

लेखणी माझी बरेच काही लिहून जाते

(कविता : लेखणी माझी)

या बरेच काही मध्ये मुळात जसा प्रत्येक कवीचा असतो, तसा त्यांचा भवताल चिंतन विषय आहे. त्यातील नातेबंध, चढउतार, आशा-अपेक्षा, कधी कधी होणारा अपेक्षाभंग, निसर्ग, समाजाला दिशा देणारे व समाजोत्थान करणारे महामानव, शेतकरी अशा विविध विषयांशी त्या झटताना दिसतात.

प्रस्तावना

आपल्या या ७५ कवितांना त्यांनी "प्रार्थनीय, सृष्टी, कंठस्वर, अंतर्मन, जीवनराग, शिवारवीर, बालमन, वंदनीय, अनाठाई, सहज" अशा आशयानुरूप १० उपविभागात विभागलेले आहे. त्यामुळे त्यांची कविता वाचताना मदत होते.

'रानमोती' मधील कविता वाचताना त्यातील आशयाचं चित्ररूपही आपल्याला दिसायला लागतं :

खाली धरणी वर आभाळ
मध्यात दडलं सारं
निसर्ग म्हणे मानवाला
तू पाहिलं का रे वारं
(निसर्ग म्हणे मानवाला)

ही सुंदर कविता एक लोभस, गूढ चित्र आपल्यासमोर उभं करते. निसर्ग जेवढा सुंदर तेवढाच विध्वंसकही असतो. त्याचीही नोंद त्यांनी 'केदारनाथ' आणि 'माळीण' या दुर्घटनांच्या कवितीक प्रतिक्रियेतून घेतलेली आहे. (कविता : 'जलतत्त्व' व 'गावच नव्हतं पत्त्यावर')

या कवितासंग्रहातील 'प्रेम कविता' या नातेसंबंधातील चढ-उतारांना शब्दरूप देणाऱ्या आहेत. साहजिकच प्रेमात आकंठ बुडाल्या शिवाय ही समरसता येत नसते. त्यामुळे स्त्री सुलभ तक्रार, रुसणे, समजुतदारपणा असे अनेक पदर या कवितांमध्ये आहेत.

माझीच काळजी
तुझ्या डोळ्यात दिसली
उगाच नाही मी
तुझ्या प्रेमात पडली
(आभार)

• x •

अशी भावना त्यांनी एका कवितेत व्यक्त केलेली आहे. परंतु, जीवन एवढं सरळ नसतं. त्यातही खाचखळगी असतात. अपेक्षापूर्ती असते, तसाच अपेक्षाभंगही असतो.

जीवनाची सुरुवात करता दोघे वाटलो समान
स्वप्नवत आयुष्य हेच समजलं गुमान
कालांतराने तुझा भाव वाढत गेला
माझा शेअर मात्र सदैव ढासळत गेला
(*मातीमोल*)

अशी खंत त्या 'मातीमोल' कवितेत व्यक्त करत असल्या तरी, त्यांची स्वतंत्र विचारांची स्त्री म्हणून भूमिका ठाम आहे. कारण त्यापुढील 'हो ! मला प्रतिभा व्हायचं आहे' या शीर्षकाच्या कवितेतच त्या म्हणतात :

शतकानुशतके स्त्रीने
सहन केलेला अन्याय दूर करण्यासाठी
पुरुषप्रधान संस्कृतीमध्ये
स्त्रीत्वाचा ठसा उमटविण्यासाठी
यशाच्या उंच शिखरावर पोहचून
देशाचा बहुमान वाढवायचा आहे
हो ! मला प्रतिभा व्हायचं आहे !
(*हो ! मला प्रतिभा व्हायचं आहे*)

आपल्या सर्वांच्याच आयुष्यात काही श्रद्धास्थानं असतात. आपल्या आयुष्यातील या श्रद्धास्थानांचं स्थान नक्कीच वेगळं असतं. या संग्रहात 'वंदनीय' या वर्गवारीत भगवान गौतम बुद्ध, चंद्रगुप्त मौर्य, छत्रपती शिवाजी महाराज, छत्रपती संभाजी महाराज, सावित्रीबाई फुले, संत गाडगे बाबा, डॉक्टर बाबासाहेब आंबेडकर आणि जन्मदात्री आई यांना अभिवादन

• xi •

प्रस्तावना

करणाऱ्या कविता आहेत. यात आई वरील 'माई' कवितेत प्रेरणादायी शब्दचित्र उभे केले आहे.

माई तुझे दृढ वैचारिक संकल्प
तूच शिकविले कष्टाविना नाही दुसरा विकल्प
(*माई*)

हे सर्वकालीन यशाचे मूळ जीवनसूत्र या कवितेत सहजपणे मांडलेले आहे. या सर्वच कवितांमधून राणी मोरे ह्या स्वतःचा शोध घेताना दिसताहेत. त्यात त्या काही प्रमाणात यशस्वीही होताहेत. हा ऊन-पावसाचा खेळ आहे. अविरत चालणारा. कवयित्रीने 'हृदयात माझ्या' या कवितेत म्हटलेच आहे.

ओठातले शब्द
झाले आज मुक्त
लिहिते कहाणी
हृदयात माझ्या
(*हृदयात माझ्या*)

त्यांच्या ओठातील मुक्त शब्दांचा स्वर अधिक तीव्र होवो. ठळक होवो. कवितेचा लळा अधिक सशक्त होवो, यासाठी असीम शुभेच्छा !

- राम दोतोंडे, मुंबई

मनोगत

दैनंदिन आयुष्य जगत असतांना येणारे अनेक बरे वाईट प्रसंग, अनुभव देऊन जातात व भावी आयुष्याची मोठ बांधण्यास परावृत्त करीत असतात. असेच अनुभव व प्रसंग सोबत असतांना पुढील आयुष्याची चाहूल लागते व मनामध्ये स्वप्नांचा शिरकाव होऊन भावनांना शब्द फुटू लागतात. अश्याच अनुभवांना, भावनांना, कल्पनांना त्या-त्या वेळी काव्यबद्ध करत गेले व हा "रानमोती" काव्यसंग्रह उदयास आला.

खरे म्हणजे काव्यसंग्रह तयार करून प्रकाशित करावा असा कोणताही उद्देश कविता लिहतांना डोक्यात नव्हता म्हणून प्रत्येक कविता साधी, सरळ व दैनंदिन बोली भाषेतील जाणवेल. परंतु, अंतर्मनातील प्रत्येक भावना जशी आहे तशी मांडण्याचा नक्कीच पुरेपूर प्रयत्न केलेला आहे.

काव्य रसिकांना काही विषय हे अंत्यत रोजचे आणि आपल्या फार ओळखीचे वाटत असले तरी प्रत्येक काव्य वाचतांना वेगळ्या दिशेने घेऊन जाणारे तथा मनोमनी गुनगुन करू लावणारे नक्कीच भासेल. म्हणजे रसिकांना शिदोरी जरी तिच दिसत असली तरी चव मात्र वेगळी वाटणार, अगदी तसेच काहीसे.

थोरामोठ्यांचे, आप्तजनांचे तथा आई वडिलांचे आशिर्वाद घेऊन काव्यसंग्रह आपणा सर्वांना सादर करण्याचा योग जुळून आला त्याबद्दल ईश्वराचे मनस्वी आभार. तसेच, वेळात वेळ काढून प्रस्तावना दिल्याबद्दल "रापी जेव्हा लेखणी बनते" व "गल्ली बदललेला मोर्चा" या सुप्रसिद्ध काव्यसंग्रहांचे रचनाकार श्री. राम दोतोंडे सरांचे तथा कळत नकळत सहकार्य लाभलेल्या प्रत्येकाचे मनःपूर्वक आभार.

मनोगत

"रानमोती" पूर्णतः तयार होऊन जेव्हा वाचकांच्या हातात असेल तो 'क्षण' समाधान देऊन जाणारा नक्कीच ठरेल. सोबतच वाचकांच्या प्रतिक्रियांचे कुतूहल मनात नेहमी जागे राहील.

- राणी अमोल मोरे, मुंबई

प्रार्थनीय

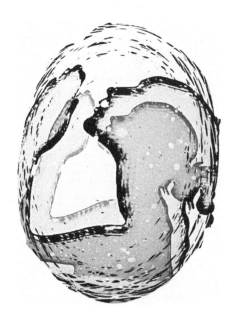

1. अंतरी

मानवा अंतरी शोधना
चित्त तुझे ध्यानी लागले

भय यातना अंत पावल्या
करूना त्या डोळ्यात वाहिल्या
देव जाहला मन मंदिरा
न शोधला कुणी दुसरा

तू रमता बाह्य स्वरात
अंतरी नाद दाटूनी आले
दुखः मिळाले असल्यात
सत्याने सुख शोधून पाहिले

तू जसा फुलला अंतरी
पडू दे प्रतिमा बाहेरी
नको अडकू खोट्या रुपात
तू शोभशी तुझ्याच स्वरुपात

कर्माने मिळाले तुजला
जाण त्या निष्ठेला
नको शाश्वताच्या वाटी
ना उरेल काही पाठी

जाण तू ज्ञान महान
ना कोणी मोठे लहान
ठेविले ज्याने भान
त्यासी मिळे निर्वाण

2. आर्त तुला

झाली परत पहाट तुझ्या अस्तित्वाची
हो जागा शपथ तुला स्वामित्वाची
उघड डोळे कळू दे मानवाला
दे आत्मविश्वास दुबळ्या मनाला

घेण्याआधी शोध भगवंताचा
दे मनाला दाखला अंतःकरणाचा
स्वार्थ मुक्ती कर साऱ्या जिवांची
दे शिकवण त्यागालाही त्यागल्याची

ध्यानाने तुझ्या उर्जा मिळे देहासी
तोच खरा मार्ग येण्या तुजपाशी
ज्ञान प्रकाशाने नाश होवो अमंगलाचा
सूर्यकमळ फुलू दे शिरावर स्वानंदाचा

तत्वात तुझ्या साऱ्या विश्वाचे सार
उमगल्यास ना होई जिवा भडीमार
प्रणाम तुला भगवंता आर्ततेने
मिळो जगात ख्याती तुझ्या आशीर्वादाने

3. अनुयाया

हे भगवंताच्या खऱ्या अनुयाया
नको शिकवण जाऊ देऊ वाया
कर निर्मळ पवित्र गोड वाणी
जणू श्रीफळ देई पाणी

देही असे वस्त्र शोभिवंत
तोच भासे खरा गुणवंत
नको धर्माचा वाजागाजा
आधी तहानलेल्या पाणी पाजा

नको जाऊ हिंसेच्या वाटी
नको पाडू धुर्तांशी गाठी
वाढवावी कष्टाने स्वप्रतिष्ठा
मग जगाची बसेल निष्ठा

नको देऊ साथ मानवा खोट्या
जे मारतील फुशारक्या मोठ्या
स्वबुद्धीचा करावा सदैव वापर
न फोडावे दुसऱ्या माथी खापर

सृष्टी

☙☙☙

4. जलतत्त्व

तू तत्त्व एक निसर्गाचे
तू रूप पंच महाभूताचे
तुझ्या विना जीव अतृप्त
तू धरणी गाभ्यात गुप्त

ढग फुटला वारा दाटला
जणू महाप्रलय थाटला
खळखळत नाथ केदार गाठला
भूईवर तुच तू साठला

केले क्षणात भुईसपाट
ना सोडली कुणा वहिवाट
विसकटता घडी निसर्गाची
मिळे शिक्षा चिर समाधीची

अस्तित्व जरी महान
पिण्यायोग्य जल लहान
कळेल मानवा महत्त्व
लयास जाता जलतत्त्व

5. निसर्ग म्हणे मानवाला

खाली धरणी वर आभाळ
मध्यात दडलं सारं
निसर्ग म्हणे मानवाला
तू पाहिलं का रे वारं ?

सुंदर सृष्टी फुलतांना
पक्षी किलबिल करतांना
नभी इंद्रधनू सजतांना
निसर्ग म्हणे मानवाला
तू न्याहाळलं का रे सारं ?

उंच डोंगर कोरताना
लांब नद्या सुकताना
हिरवी जंगले तुटताना
निसर्ग म्हणे मानवाला
तू थांबवलं का रे सारं ?

वाऱ्याचा धूर होतांना
पाण्यात विष ओततांना
प्राणी लुप्त पावतांना
निसर्ग म्हणे मानवाला
तू काय केलंस हे न्यारं ?

6. पारवा

उडत होता पारवा
शोधत होता गारवा
नव्हता कुठे विसावा
वाटे पाऊस दिसावा

फांदीवर येऊन बसला
उन्हावर तो रुसला
हळूच मनी बोलला
पाऊस मला विसरला

झुळूक ती आली
त्याला घाई झाली
कधी येईल खाली
ती इंद्रधनुची लाली

मनी तृप्त भासे
जेव्हा त्यास दिसे
फुलती मोर पिसे
धावती शुभ्र ससे

ढगी होता भार
वीज करी वार
सुटे वारं गार
होता थेंबांचा मार

रानमोती

परत पाऊस जाईल
आनंद त्यास होईल
प्रश्न मनी राहिल
परत कधी येईल

7. सृष्टीस दान

डरकाळी तेजस्विनीची फुटताच
बरसला मेघराज
सरी ओल्या पडताच
धरणी नटली हिरवा साज

कड्या कपारीतुनी वाहताच धारा
बहरली सरीताराणी
पाहून पिसाट वारा
वृक्षवेली हसती मनी

होताच ओलीचिंब माती
सुगंध दरवळला
पाखरे किलबिल गाती
समुद्रही खवळला

निसर्गा तुझा रंगता खेळ
जणू ठरते वरदान
बसतो फुला फळांचा मेळ
करण्या सृष्टीस दान

8. गाव

हिरवंगार रूप त्याचं, मनी लय भावलं
जसं कळलं तसं, गाव मला रुजलं

निसर्गाने सुंदर, रूप त्याचं नटलं
पवित्र ते वारं, श्वास माझं बनलं

पहाट त्याची बोले, काहून झोपून राहिलं
लेकरू लाडाचं वाटे, आज लय थकलं

कोंबडा देता बांग, गाव सारं उठलं
पाहून गोड नाच, आभाळ मनी हसलं

किलबिल सुरु होता, वेळां पुढे धावलं
दिवस भर झुरून, सायंकाळी थांबलं

काळोख त्याचा घट्ट, चंद्राविना जाणलं
पुन्हा स्वप्न सजवून, गाव सारं झोपलं

• 14 •

9. गावच नव्हतं पत्यावर

एका उपाशी डोंगरानं खाल्लं माझं गाव
जगाच्या नकाशावर पुसलं त्याचं नाव
सुनी सुनी वाटे रिकामी आता जागा
डोंगराने पाडल्या जणू हृद्यात भेगा

मानवाने दिल्या होत्या कटूत्वाच्या जखमा
त्याच्याच मोजल्या आज त्यांनी रकमा
तांडवाची डोंगराला आली होती लहर
सोसू नाही शकलं गाव त्याचा कहर

सकाळी पडला होता आंगणात सडा
मन हलवुन गेला पाहुन तो रडा
सारं गाव दडलं डोंगराच्या गाळात
कोणी नाही सुरक्षित कुठल्याच माळात

गाई गुरे निजली होती गवताच्या उशीत
डोंगरानं घेतलं त्यांना आपल्याचं कुशीत
सकाळची एसटी आली होती रस्त्यावर
पण गावच नव्हतं आज त्याच्या पत्त्यावर

{माळीण (महाराष्ट्र) व केदारनाथ (उत्तराखंड) स्मृतीस}

10. तत्त्व एक आहे

तुझी हिरवळ
तुझी गारपीट
तुझा ओलावा
तुझा कोरडा उन्हाळा

कधी दुखावतो
कधी सुखावतो
कधी सोसावतो
कधी भुरळ घालतो

थोडी किलबिल
थोडी शांतता
थोडी भक्ती
थोडी युक्ती

तुझी निरागस
रहस्य शक्ती
माझ्यावरती
असीम भक्ती

तुझे रागावणे
थंड हवेचे गोंजारणे
सारेचं असीम आहे
माझे निसर्गावर प्रेम आहे

राणी अमोल मोरे

वाटतं तुला असंच जपावं
असंच गोंजारावं
तुझ्यात असचं रमावं
असंच खेळावं

कारण

तुझे नी माझे
तत्त्व एक आहे
जीवनाचे रहस्य
फक्त तूच आहे

11. सावध

निसर्ग राजा स्वप्नी आला
हळूच माझ्या कानी म्हणाला
सांग लोकांना वृक्ष लावायला
कारण माझा तोल बिघडला

मीच देतो वारा पाणी
मीच गातो जीवन गाणी
मीच बहरतो रानोरानी
मीच सर्वस्व न दुसरा कोणी

माझे संगोपन ध्येय तुजला
सार्थ करण्या सृष्टी जीवाला
तुलाच मी स्वामी नेमला
तूच कर सावध जगाला

कंठस्वर

12. रानमोती

रानाच्या मातीत हरवला मोती
विखुरला जरी दगडाच्या भाती
नजरेने तुझ्या मिळे त्यास ख्याती
...बने रानमोती

पावसाच्या सरीत नाहून तो आला
उन्हाच्या झळा सोसून तो गेला
इवल्याश्या पात्याची साथ त्याला होती
नजरेची तुझ्या आस त्याला होती
विखुरला जरी पाकळ्यांच्या भाती
...हसे रानमोती

कड्याकपारीतून वाहत तो जाई
शिंपल्याची त्याच्या वाट तो पाही
मावळला रवी तरी जागे तो राती
मायेची तुझ्या आस त्याला होती
विखुरला जरी काळोखाच्या भाती
...असे रानमोती

रानात होत्या त्याच्या पावलाच्या खुणा
त्याच्या विना झाला रान सुना सुना
विरहात बुडून पाखरे गीत गाती
सोबतीची तुझ्या आस त्याला होती
विखुरला जरी स्वप्नांच्या भाती
... होता रानमोती

मोत्याचे थेंब आज पडू दे पुन्हा
खेळून जा खेळ तोच जुना जुना
जमू दे मेळ जश्या तेला संगे वाती
परतीची तुझ्या आस त्याला होती
विखुरला जरी किरणांच्या भाती
...आहे रानमोती

13. स्पंदने

सरत्या वाटेला भेट तुझी
हळुवार मनाची स्पंदने झाली

पाहताच तुला पापण्या मावळल्या
नकळे नयना भरून त्या आल्या
स्वर तुझे कानी अमृत जाहले
आठवण जुनी ती उजळून आली
हळुवार मनाची स्पंदने झाली

होताच तुझा तो हृद्य स्पर्श
कंठ स्वरांची भेट ती झाली
साथ तुझ्या शब्दांची मिळता
जगण्याला जणू अर्थ ती झाली
हळुवार मनाची स्पंदने झाली

सहवास तुझा अंतरी फुलता
भावनांची मैफिल रंगली
नाते अतूट हे तुझे नी माझे
जन्मानुजन्मे प्रीत ती झाली
हळुवार मनाची स्पंदने झाली

14. कुतूहल

मनी माझ्या तुझ्यासाठी कुतूहल दाटते
कितीदा पाहिले तरी पहावेसे वाटते
शब्द तुझे जणू गाण्यागत ऐकते
कितीदा ऐकले तरी ऐकावेसे वाटते

फुलांच्या पाकळ्या पाकळ्यांच्या कळ्या
कितीदा बहरल्या तरी बहराव्या वाटते
रात्र सारी तुझ्या स्वप्नातचं विरते
कितीदा रंगले तरी रंगावेसे वाटते

सोन्यागत रुप तुझे सूर्यकमळ भासते
कितीदा न्याहळले तरी न्याहळावेसे वाटते
स्मित तुझे जणू अमृत भासते
कितीदा प्राशीले तरी प्यावेसे वाटते

आठवणीत तुझ्या अश्रूही ढाळते
कितीदा ढाळले तरी ढाळावेसे वाटते
डोळ्यात स्वप्न तुझ्या हवेसे वाटते
कितीदा दिसले तरी दिसावेसे वाटते

साज श्रृंगार तुझ्यासाठी चढविते
कितीदा नटले तरी नटावसे वाटते
साथ तुझी हवी हवीशी वाटते
कितीदा जगले तरी जगावेसे वाटते

15. येशील तू परतुनी

सांजवेळी पाखरे विसाव्या सांजावली
रिमझिम रविकिरणे क्षितिजात मावळली
चांदणी शुक्रासह पुन्हा नभी उगवली
येशील तू परतुनी आस मना लागली

स्मितफुलांची भावना मुखसावळ्या शोभली
ओठस्त शब्दसुमने मधुशर्करेसम भासली
करताच लाडिवाळ जणू नयनकृती भारावली
येशील तू परतुनी आस मना लागली

अस्मिताचा रविराज प्रीत तुझीच भावली
स्वप्न क्षितीजांचे ना मेहरबान कुणाची सावली
बंधिस्त माझ्या इच्छांना पंख देऊनी चालली
येशील तू परतुनी आस मना लागली

16. हृदयात माझ्या

चार या भिंतीत
तुझा माझा संसार
फुलविते आशा
हृदयात माझ्या

डोळ्यातले पाणी
तुझी माझी गाणी
कळते ती भाषा
हृदयात माझ्या

आसुसला जीव
आतुरला भाव
प्रेमाची आस
हृदयात माझ्या

धरुनी हात
देते मी साथ
तुझीच स्वप्ने
हृद्यात माझ्या

विसरुन जन
करते मी प्रण
सजविन क्षण
हृदयात माझ्या

राणी अमोल मोरे

ओठातले शब्द
झाले आज मुक्त
लिहिते कहाणी
हृदयात माझ्या

17. उसनवारीचे प्रेम

उसनवारीच्या तुझ्या प्रेमाला
दुरून जोडीले हात
संकटकाळी सोडणारी
नको तुझी ती साथ

शब्दांच्या धारेने तुझ्या
नको हे हृद्य सोलणे
कसे परवडेल मला
तुझे ते शब्दात तोलणे
उसनवारीच्या तुझ्या प्रेमाला

प्रेमाची ती सरळ भाषा
कशी न कळली तुला
वरवरच्या मोह मायेने
वेडा झाला रे मुला
उसनवारीच्या तुझ्या प्रेमाला

न खपणार मला
तुझे हे अल्लड वागणे
समजून घे एकदा
सांगावे न परत लागणे
उसनवारीच्या तुझ्या प्रेमाला

18. कसे क्षण सजवू ?

सुखाच्या मण्यांच्या ओवुनी माळी
दुःखाच्या ओळी पुसून कपाळी
त्यागुनी जगाची गैर चिंता
भेदुनी पारतंत्र्याच्या साऱ्या भिंता
सांग ना... कसे क्षण सजवू ?

क्षण क्षण येई अन जाई
कसली मजला झाली घाई
संकटे बसली काढूनी फणा
विसर पडला तुझा मना
सांग ना... कसे क्षण सजवू ?

'क्षणा' अस्तित्व न तुझे अनंत
जीवन मंदिराचा तूच महंत
अंत घटीला कळे महत्त्व
संपेल तुजवीण जीवन भव्यत्व
सांग ना... कसे क्षण सजवू ?

न जावा एकही क्षण व्यर्थ
जाणुनी क्षणांना करावे सार्थ
सजवुनी सुखं दुःखाच्या क्षणाला
व्दिगुणी आनंद द्यावा मनाला
सांग ना... कसे क्षण सजवू ?

19. तुला कुठून शोधले

नजाणे मी तुला कुठून शोधले ?
होतो माझ्याच दुनियेत रंगलेला
बंधांच्या दुनियेत न बांधलेला
नकळत मनाने प्रेमबंध साधले
नजाणे मी तुला कुठून शोधले ?

होती आकांक्षा गाठण्या क्षितीजा
त्यापरी पंखही फडफडविले
घेताच क्षितीजा उंच भरारी
नकळत मनाने नेम साधिले
नजाणे मी तुला कुठून शोधले ?

जीवन होते गोकुळाच्या गोपिकेत
भासत होतो मी जणू कृष्णापरी
लागताच तुझी हलकीशी चाहूल
नकळत मनास काय बोधिले
नजाणे मी तुला कुठून शोधले ?

तुजवीण जगण्यात ना रस वाटला
सारी स्वप्ने तुझ्यातच रंगलेली
वाटे आयुष्या साथ तुझीच असावी
करिता स्वप्नवत प्रयत्न जाहले
नजाणे मी तुला कुठून शोधले ?

राणी अमोल मोरे

जेव्हा तू साक्षात मज भेटली
सारी स्वप्ने ती शाश्वत भासली
नवरंग जणू आयुष्य बहरले
तुझ्या साथीने प्रेमबंध गुंफले
नजाणे मी तुला कुठून शोधले ?

20. सोनकळी

ती सुंदर सोनकळी हसली वाऱ्यावरी
हा वारा वेडा पिसा
फिरे तिच्यावरी
तिच्या अवती भवती
पिंगा मारी
ती सुंदर सोनकळी हसली वाऱ्यावरी

तिच्या सुंदर रंगाने
तिच्या सुंदर रूपाने
तिच्या मनमोहक सुगंधाने
वारा गुंतला तिच्यावरी
ती सुंदर सोनकळी हसली वाऱ्यावरी

पावसाच्या थेंबांनी
ओली चिंब होऊनी
हळुवार स्पर्शांनी
मोहित त्याला करी
ती सुंदर सोनकळी हसली वाऱ्यावरी

रवी किरणात सोनकळी
भासे चांदणी क्षितीजातली
हसुनी मनमोकळी
वाऱ्यासंगे डूली लागली
ती सुंदर सोनकळी हसली वाऱ्यावरी

अंतर्मन

21. नव्यागत

तिच होती पहाट
किरण नव्यागत वाटू लागले
तेच होते डोळे
अश्रू नव्यागत वाटू लागले

तिच होती पाखरं
किलबिल नव्यागत वाटू लागली
तिच होती माणसं
नाती नव्यागत वाटू लागली

तिच होती प्रार्थना
श्रद्धा नव्यागत वाटू लागली
त्याच होत्या वेली
फुले नव्यागत वाटू लागली

तोच होता सोबती
सहवास नव्यागत वाटू लागला
तोच होता पाऊस
ओलावा नव्यागत वाटू लागला

तोच होता जिव्हाळा
बंध नव्यागत वाटू लागले
जुनेच होते आयुष्य
जगणे नव्यागत वाटू लागले

22. समाधान

सारा वेळ तुझाच आहे
कधी तू सोबत आहे
तर कधी वेळच वेळ आहे
ही तर वेळेची तडजोड आहे
तुझा सहवास मात्र गोड आहे

कधी गादीवर उशी आहे
तर कधी लोड आहे
पण मनात फक्त तुझीच ओढ आहे
तू फुलणारा कमळ आहे
तर तितकाच सोज्वळ आहे

तू गतिमान वेगवान आहे
तूच माझी शान आहे
तू नेहमीच सावधान आहे
याचाच मला अभिमान आहे
तुझ्यातच सारे समाधान आहे

23. काही सांगायचे आहे

तुझा हात हातामध्ये धरुन
तुझ्या टपोऱ्या काळ्या डोळ्यात
गालावर उमटलेले हसू बघत
त्या क्षणात रमायचे आहे
मला तुला काही सांगायचे आहे

कधीतरी एखाद्या रम्य पहाटे
वृत्तपत्राची पाने चाळत
गरम चहाचे घोट गटकत
एखाद्या विषयावर चर्चा करत
छान झुल्यात झुलायचे आहे
मला तुला काही सांगायचे आहे

माझं सारं जग विसरुन
कधीतरी शांत हिरव्या शेतामध्ये
वाऱ्याच्या विरुद्ध दिशेने
गार थंड वारा अंगावर घेत
तुझ्यासोबतीला उभे राहायचे आहे
मला तुला काही सांगायचे आहे

रानमोती

छोट्याश्या घरकुलासमोर
फुलांनी फुललेल्या अंगणात
सायंकाळी झांडाना पाणी देत
तुलाही थोडं ओलं करत
रगबिरंगी फुलांना बघून
मावळत्या सूर्याकडे नजर टाकत
तुझ्याबरोबर असेच जगायचे आहे
हेच सर्व मला तुला सांगायचे आहे

24. आभार

आभार तुझे मानिते
तू माझ्या वाटेला वळला
प्रेम तुझे मिळाले
मजसाठी अश्रू ढाळला

माझीच काळजी
तुझ्या डोळ्यात दिसली
उगाच नाही मी
तुझ्या प्रेमात पडली

प्रेम तुझे नि माझे
रत्न अनमोल
ना कळले मज
तुझ्या भावनांचे मोल

प्रेम तुझे समुद्रापरी
विशाल मज भासले
पण मी नकळत
किनाऱ्यावरच थांबले

साथ तुझी सर्वत्र
शोधत मी फिरले
आनंद साठला तुझ्यात
पण मी दुःखातच नांदले

रानमोती

भले बुरे काय ते
मज ना कळले
दुसरेच तुझ्या
वाटेस आज वळले

माझाच तू
जाण ना मज राहिली
प्रीत तुझी मी
आसवात वाहिली

उपकार एक करशील
माझ्यात तू रमशील
स्वप्नांना उजाळा देशील
आभार माझे घेशील

25. दगड मारला

कोणी वेड्याने मना तुला दगड मारला
डोळ्यांच्या कडेतुनी अश्रू वाहला
आनंद त्यागूनी गुलामीत रमला
कुणासाठी जग सोडून एकटाच बसला
कोणी वेडयाने मना तुला दगड मारला

धडधडत्या हृदयात श्वास कोंडला
अपमानाचा शिक्का जणू नशिबी गोंदला
जीव ज्याने तोडला त्यालाच मानला
साचलेल्या दु:खाला पाझर फुटला
कोणी वेडयाने मना तुला दगड मारला

अनमोल जीव आता बेमोल जाहला
स्वार्थाचा घाव असा कसा साहला
विश्वासाचा धागा जागीच तुटला
नात्याचा गोडवा नावापुरता उरला
कोणी वेडयाने मना तुला दगड मारला

26. मना भासीते

किती भिरभिरले हे मन माझे
उगाच रुसले माझ्यावरती
नव वेलींना कोंब जसे
अंकुरुनी आशा यात वसे

आकांक्षा त्यासी नसे किनारा
हवे हवे जगी सारेच वाटे
सु:ख दु:खाचे साटे लोटे
चेहऱ्या वरती येउनी दाटे

निरर्थकांची कीर्ती गाजे
ऐकताच जणू घंटा वाजे
अंतरात सारी हुरहूर माजे
मन माझे मलाच लाजे

यात जगीचे सामर्थ्य साऱ्या
वदवून उडविते मी वाऱ्या वाऱ्या
कृती घडविता ऐऱ्या गैऱ्या
मना भासीते जणू मीच वैऱ्या

27. मातीमोल

जीवनाची सुरवात करता दोघे वाटलो समान
स्वप्नवत आयुष्य हेच समजलं गुमान

उलगडत गेली नाती अन झाले सर्व लहान
सजवूनी घर वाटे कशी असेल शान

कालांतराने तुझा भाव वाढत गेला
माझा शेअर मात्र सदैव ढासळत राहिला

तुझ्यासाठी मी जरी असेल मातीमोल
माझ्यासाठी तू नेहमीच राहशील अनमोल

28. तुझे माझे

तुझ्या माझ्या प्रेमाचे भलतेच हे रूल
तुझी नोकरी माझे फक्त चूल अन मुल
दिवसभर सांभाळूनही बाळ शोधते पापा
गोड गोड बोलून मारतोस तू थापा
मी असली आई तरी तू आहेस बाबा
मोठा होण्याचा तुझा हाच खरा गाभा

दिवसभर केली कितीही मरमर
तरी तुझा प्रश्न काय केले दिवसभर
राणी माझी छान राणी माझी सुंदर
असली तुझी स्तुती फक्त वरवर
आठवणीत सकाळची होते संध्याकाळ
तरी तुला वाटते हिलाच का घातली माळ

लवकर घरी आलास जणू होते मेहरबानी
थोडेसे रागा भरले तर कडू वाटते वाणी
सतत लक्ष तुझं मोबाईलवर फिरकते
हे सारं पाहून डोक माझं सरकते
आयुष्याच्या बेरजेत झाले जरी वजा
तुझ्या बरोबर जगताना खूप येते मजा

29. सोडताना घर

घरात माझ्या आठवणी साठल्या होत्या
सोडताना त्याला मनात दाटल्या होत्या
कितीदा भांडण येथे झाले होते
मनातले दुःखं आसू बनले होते

बसत होतो आम्ही सारे मिळून मिळून
एकमेकांच्या चुका साऱ्या गिळून गिळून
हसत होतो नेहमी सारे खळखळून
जातांना मन माझे पाहे वळून वळून

भिंतीला त्याच्या होता सुंदर रंग
येणारा जाणारा नेहमी होई दंग
बाल्कनीला एक दोरी होती तंग
पाखंराची त्यावर नेहमी चाले जंग

गूलाबाच्या कुंडीत सुंदर होतं फूल
उडणाऱ्या फुलपाखरांसगे खेळत असे मूल
दिसत होता रस्त्यावरचा उंच उंच पूल
सोडताना घर वाटलं झाली का भूल
...वाटलं झाली का भूल

30. लग्नाचा कोट

कवडश्यात कपाटाच्या
वस्त्र होते जुने ओत प्रोत
क्षणात स्मरिला भूतकाळ
दृष्टिस पडताच लग्नाचा कोट

चढवून जणू राजवस्त्र देहावरती
स्वार होताच अश्वावरती
वाजू लागले ढोल ताशे
आजही माझ्या काळजावरती

रुबाब त्याचा काय तो होता
सावळ्या वर्णावर माझ्या
सवंगडी पाहताच बोलु लागले
दिसतोस जणू बिंडा राजा

कोटावरती चमकदार साखळी
मज संगे डोलू लागली
अक्षतांचा वर्षाव होताच
कोटा संगे बोलू लागली

राणी अमोल मोरे

पडताच गळ्यात वरमाला
फुलांचा सुगंध त्यास लागला
हळूच त्याने डाव साधला
उपस्थितांना मोहून गेला

हात फिरविता कोटावरती
वर भावना दाटून आली
घालताच पुन्हा घडी
लाख आठवणी साठवून गेली

31. नावामागे तुझ्या

धुंदलेले माझे स्वप्न जुने
बाळा तुझ्या कोऱ्या डोळयात पाहतो
जगी साऱ्या गुंजेल कीर्ती
नावामागे तुझ्या नाव माझे लावतो

ठेच खाऊन पडलो मी जिथे
रस्त्यावर त्या आज तुला सावरतो
थकुन माकून हरलो मी जिथे
तेथुन तू आज भरधाव धावतो
नावामागे तुझ्या नाव माझे लावतो

अशक्य जे जाहले माझ्यासाठी
कष्टाने तुला सहज शक्य करतो
राहुन गेली कमी जी माझ्यात
सारी तुझ्या रुपात आज शोधतो
नावामागे तुझ्या नाव माझे लावतो

राहुन गेलेले जगणे माझे
तुझ्या रुपाने पूर्ण जगतो
साथ नव्हती गरजेला माझ्या
तुझा हात मात्र घट्ट धरतो
नावामागे तुझ्या नाव माझे लावतो

32. हो ! मला प्रतिभा व्हायचं आहे !

हो ! मला प्रतिभा व्हायचं आहे !
शतकानुशतके स्त्रीने सहन केलेला अन्याय दूर करण्यासाठी
पुरुष प्रधान संस्कृती मध्ये स्त्रीत्वाचा ठसा उमटविण्यासाठी
यशाच्या उंच शिखरावर पोहचून देशाचा बहुमान वाढवायचा आहे
हो ! मला प्रतिभा व्हायचं आहे !

प्रत्येक स्त्रीच्या मनात नवचेतना पेटविण्यासाठी
पुरुषांपेक्षा स्त्रिया कमी नाही हे पटवून देण्यासाठी
साऱ्या पुरुषांची मान एकदातरी आदराने झुकवायची आहे
हो ! मला प्रतिभा व्हायचं आहे !

सारी गगने कर्तुत्वाच्या शक्तीने भेदून टाकण्यासाठी,
स्त्री-शक्ती संघटीत करून देशाला सुसंस्कृत बनविण्यासाठी,
समाजातील प्रत्येक स्त्रीला प्रेरणा देऊन तिचा आदर्श व्हायचं आहे
हो ! मला प्रतिभा व्हायचं आहे !

संवैधानिक अधिकार स्त्रियांना मिळवून देण्यासाठी
स्त्रियांचा आत्मविश्वास, अस्मिता व हक्क जपण्यासाठी
समाजातील अतृप्त नराधमांचा समूळ नायनाट करायचा आहे
हो ! मला प्रतिभा व्हायचं आहे !

स्त्रियांच्या कला, गुणांना व कौशल्याला वाव देण्यासाठी सशक्त व कीर्तिवंत स्त्रीत्वाचा ठसा सर्वत्र रुजविण्यासाठी समाजामध्ये स्त्रियांना वंदनीय स्थान प्राप्त करून द्यायचे आहे हो ! मला प्रतिभा व्हायचं आहे !

जीवनराग

33. नजाकत

जीवन आनंद तुज गवसला
जगण्याची रीत उमजली नटरंगा
होते जीवन कष्टमय बहुत परी
जगत होतास मोठ्या नजाकतीने

आवडत्यांना रंगविले बहुरंगाने
नावडतेही न्हाले तुझ्या सप्तरंगाने
नात्याचे कडवेपण तुज लाभले परी
टिकवित होतास गोडवा मोठ्या नजाकतीने

मौन महात्म्य न जाणिले
वाणी तुझी होती संयमाची
शब्दरत्न होते समान परी
मांडत होतास मोठ्या नजाकतीने

जे मिळेल त्यास सर्वस्व माणून
नाव कीर्ती मिळवीत होतास
विना संपत्तीचा तू फकीर परी
दान करीत होतास मोठ्या नजाकतीने

34. नकोस

सुसाट सुटलाय वारा
म्हणून तू हेलकावू नकोस

उगाच स्वतः स्वतःला
संपण्याची भीती दाखऊ नकोस

पाणी जरा हेलकावले
म्हणून नाव तुझी बुडवू नकोस

सोन्यासारखी स्वप्ने
उगाच धुळीगत उडवू नकोस

कोणी आठवत नाही
म्हणून स्वतःला विसरु नकोस

जिव्हाळ्याचे प्रेमपुष्प
असेच मनात दवडू नकोस

ऋणानुबंध फुलवून मनांचे
सुकल्यागत वागू नकोस

द्वंद्व मनाचे छेडून
एकट असं सोडू नकोस

राणी अमोल मोरे

इच्छांना पंख देऊन
उडण्यास नाही म्हणू नकोस

स्वप्नांना वाट देऊन
झोप अशी उडवू नकोस

शोधत साथ कुणाची
सैरावैरा भटकू नकोस

गुंफुनी गीत मनाचे
अर्धवट थांबवू नकोस

देऊन स्पर्श फुलांचा
काटे रुतवू नकोस

कर तू कल्पना आनंदाची
दुःखास विसरण्याची

बघ त्या डोंगरापलीकडे
लवकरच सूर्य तेवणार आहे

आजची रात्र संपुन
उदयाची पहाट उजाडणार आहे

35. एकदातरी

वात विझण्याआधी
एकदातरी अंतरी डोकाऊन बघ
अंधार होण्याआधी
एकदातरी प्रकाशात जाऊन बघ

दुःख पेलण्याआधी
एकदातरी आनंदून बघ
स्वर गुरफटण्याआधी
एकदातरी कंठातून गाऊन बघ

साथ सुटण्याआधी
एकदातरी आजमावून बघ
प्रीत तुटण्याआधी
एकदातरी जुळवून बघ

नाते दुरावण्याआधी
एकदातरी सजवून बघ
आयुष्य करपण्याआधी
एकदातरी चाखून बघ

ध्येय हरवलेले तुझे
एकदातरी पापण्यात शोधून बघ
आयुष्य संपण्याआधी
एकदातरी मनापरी जगून बघ

36. तंबू

तुझ्या माझ्या विचारांचे
तंबू होते वेगळे
आश्रय घेण्यास जन
दोन तंबूत विभागले

तुझ्या माझ्या तंबूला
सारखा त्रिकोण बांबुला
सांगू कसे जगाला
कसा तंबू बांधला

तुझ्या त्या तंबूला
खोटे पणाचा लेप
निस्वार्थी वृत्तीने
कसा घेईल झेप

माझ्या तंबुला
सत्यत्वाची झालर
कठीण समयीही
ताठ त्याची कॉलर

वाऱ्याच्या झुळकेने
जाशील तू लांब
तग धरून उभा मी
कारण घट्ट माझे खांब

रानमोती

पावसाच्या सरीने
जन होतील ओले
बघुन तंबू माझा
बसतील तुला टोले

नको दाखवू स्वप्न
मिटूनी तू डोळे
समजून जन मानवाला
हे तर साधे भोळे

37. ध्येया

अजब लागली लत तुझी
भानावर मी ना राहिले
ध्येया तुझ्या प्राप्तीसाठी
मी सर्वस्व पणास लावले.

प्रत्येक घटकेला स्वप्न तुझे पाहिले
रात्र संपुनी गेली डोळे उघडेच राहिले
मनाला तुझ्या प्राप्तीची आस लागली
माझ्याशीच मी परक्यागत वागली

वेळ संपेल भीती मज वाटली
त्यागुनी सर्व वाट तुझीच गाठली
नसण्याने तुझ्या जीव असुनही गेला
आजवर तुझ्याविनाच श्वास घेतला

सुखं सारे तुझ्यातच दाटले
जीवन तुझ्याविना डबक्यात गोठले
ध्येय असावे प्रत्येक जगण्याला
तेव्हाच अर्थ उरेल मरण्याला

38. पुरस्कार

जो योगदानाचा शिल्पकार
त्यास द्यावा पुरस्कार
नका मांडू त्याचा बाजार
करून सत्याला लाचार

ना लावावे निकष जात पात
ना विकावे हजारो अन लाखात
मान ठेवावा सर्व पुरस्कारांचा
देण्यामागच्या सद्विचारांचा

नका पुरस्कारांसाठी रांगा लावू
नका स्व:कर्तृत्वाची गाणी गाऊ
आधी सर्वस्व पणास लावू
मग मिळते का ते पाहू

जे ठरले खरे मानकरी
शिकावे त्याकडून थोडेतरी
घेऊन प्रेरणा व्हावे मोठे
सोडून सर्व विचार खोटे

तोच आहे खरा पुरस्कार
जीवन ज्याचे सत्कर्माचा साक्षात्कार
सत्य पथाचा रुजवितो विचार
भेद अभेद करितो हद्दपार

39. वेळ

वेळ अदृश्य असूनही
दृश्य आहे
वेळ अज्ञानी असूनही
ज्ञानी आहे

वेळ अरुप असूनही
स्वरूप आहे
वेळ विकृती असूनही
कृती आहे

वेळ अपूर्ण असूनही
परिपूर्ण आहे
वेळ शून्यत्व असूनही
पूर्णत्व आहे

वेळ दुःखांत असुनही
सुखांत आहे
वेळ सर्वांची असूनही
कुणाची नाही

40. बिडी

पारावरच्या माणसाने
पेटवली होती बिडी
आयुष्याच्या अंताची
चढत होता शिडी

हळू हळू बिडीचा
धूर सुरु झाला
विचारांचा थवा त्याने
भुतकाळात नेला

धुराने डोळे त्याचे
होत होते लाल
बिडीचं बंडल त्याने
असंच संपवलं होतं काल

जशी जशी बिडी
जळत जात होती
त्याच्याही काळजाला
भाजत नेत होती

श्वास आत घेऊन
तो तिला चेतवत होता
कुठेतरी मनाला
आतूनच खात होता

राणी अमोल मोरे

धुरासंगे दुःखं त्याला
वाटत होती धूसर
क्षणभर का होईना
पडला त्यास विसर

पिपंळाच्या झाडाला
टेकवला त्याने कणा
उरलेल्या बिडीला पायाखाली चिरडून
शोधत होता मर्दानी बाणा

41. प्रहार

एका मूढमतीने केला प्रहार
हाती पडले मोती अलगद
शेण समजुनी टाकला सडा
भासवी घडले जसे नकळत

दुःख दारिद्रयाने वेढलेला
घेऊन गेला सुख माझे
स्वप्न माझे पुसून टाकले
हिरावून प्रियजन माझे
एका मूढमतीने केला प्रहार

घेत सुसंधीचा फायदा
टाकली उडी लांडग्याने
हिसकावून मज निर्दयाने
संपऊनी टाकले तेज माझे
एका मूढमतीने केला प्रहार

स्वार्थ चातुर्याने साधला डाव
लायकी नव्हती तरीही जिंकला
घेऊनी त्याचे लंगडे घोडे
ठरवून स्वप्न खोटे माझे
एका मूढमतीने केला प्रहार

राणी अमोल मोरे

असह्य वेदांनानी डांबून ठेवले
हिरावून स्वांतत्र्य माझे
द्यावी मज मुक्ती भगवंता
या असत्याच्या अंधारातुनी
एका मूढमतीने केला प्रहार

42. रिटायरमेंट

ऑफिस मध्ये रिकाम्या जागा भरणे
हा ऑफिसचा रूल
मित्रांना चिरकाळ मनामध्ये ठेवणे
हा फ्रेन्डशिपचा रूल
यापुढे तू ऑफिस मध्ये आढळला नाही
तरी तुझ्या खुर्चीकडे पाहून आठवण मात्र येत राहील
दुपारचा डब्बा जेवतांना आठवणी उजाळत
एक एक घास पोट भरल्या जणू जात राहील
अरे तो असा बोलायचा
अरे तो असा राहायचा
अरे तो असं करायचा
अरे तो असं म्हणायचा
तुझ्या बद्दल बोलतांना वेळ असाच निघून जाईल
आणि
एक दिवस माझीही तुझ्यासारखी
रिटायरमेंटची वेळ येईल

43. झुळूक

झुळूक येता सांजवेळी
विसावलो त्या क्षणांत
आठवूनी त्या आठवणी
हसलो उगाच गालात

होतो माणूस मी नोकरीत
चाललो मोठया तोऱ्यात
पोरी सोरी डोकाऊन पाहत
माझ्या सासऱ्याच्या वाडयात

कोणी म्हणे राजेश, कोणी विनोद
किलबिल कुमारीकांची मनात
समजून वेळ माझ्या रुबाबाची
मग्न होतो माझ्याच मी तालात

नवीन होतो नवरोबा मी
धुंदीत त्या वाहत गेलो
जळेल का कुणी आपल्यावरती
आनंद सारा लपवत गेलो

आतामात्र, साठी केव्हाच पार पडली
कंबरदुखी भलतीच वाढली
नोकरी जरा जास्तच नडली
कहाणी माझी अशीच घडली

44. भूल करू नका

आहे सुकलेले पान म्हणुनी
तुडविण्याची भूल करू नका
मी तर अजूनही चिरतरुण
लढ म्हणण्याची भूल करू नका

स्वाभिमान अजूनही जागा
अपमान करण्याची भूल करू नका
अंत:करणात तेज अजूनही जागे
कमकुवत समजण्याची भूल करू नका

वेळ सुवर्ण संपली म्हणून
विसरण्याची भूल करू नका
जिंकेल तुम्हा पुन्हा हरवून
परास्त समजण्याची भूल करू नका

45. जात लेकराची

जिरवून हात पाय, दमतात बाप माय
सोडूनी दूर जाय, जात लेकराची

देऊनी जन्म नाव, साहतात किती घाव
कूणा नसे ठाव, कात लेकराची

आटवून रक्त जाय, बनतात दूध साय
नासुनी दूर जाय, जात लेकराची

घडवुनी मूर्ती छान, देतात सर्व दान
ना ठेवती भान, कात लेकराची

जागुनी स्वप्न दावी, घडवतात रत्न भावी
जातात दूर गावी, जात लेकराची

येवून एकदा जाय, रडतात बाप माय
जोडून हात पाय, दे साथ लेकराची

शिवारवीर

❧❧❧

46. पिडीत राजा

हाक तुला पिडीत राजा
न घाबरावे होई म्हणुनी अपमान
रहा ताठ स्वाभिमानाने उभा
तू तर अस्सल हिऱ्याची खाण

जग चाले तुझ्याच कष्टाने
मान ठेवावा त्यासी अपरंपार
कष्ट उपसता पाहून तुजला
होतील सारे क्षणात गार

सत्याच्या मार्गी सदैव चाले
पिडीत राजा साधा भोळा
का मिरविता धिंडोरे कंटकांनो
नका भरवू राजकारणी पोळा

साथ तुला लाभेल कष्टांची
न डगमगता पुढे सरसाव
मानवता धर्म मानुनी सारा
चालू दे जीवनरथ भरधाव

47. घामाचे मोती

जाम घाम तुला आला
बस थोडा विसाव्याला
आहे काळजी देणाऱ्याला
उगाच चिंता कशाला

उगवेल सूर्य पहाटेला
येईल यश तुझ्याही वाटेला
फुलेल फूल देठाला
मिळेल भाकर पोटाला

शक्ती माती पोसण्याची
गरज फक्त पाण्याची
होईल जमवाजमव दाण्यांची
हीच वेळ तग धरण्याची

शिगोशिग भरतील पोती
आनंद फुलेल तुझ्याही भोवती
होतील तुझ्या घामाचे मोती
मग सारे सुखाने नांदती

48. कर्जाला सूट

देऊ शेतकऱ्यांच्या कर्जाला सूट
बघा फसवुनी कशी करतात लूट
असू द्या हमी भावात तूर अन कांदा
नाहीतर होईल खुर्चीचा वांधा

ज्याने उगवला कष्टाने अंकूर
नका बनवू त्यास लंगूर
खाऊन त्याचेच गोड अंगूर
करता जीवन क्षणभंगुर

शेतावर त्याच्या पाखरे गाती
नका तुडवू त्यास लाती
जीरवूनी त्याची काळी माती
नका सजवू राजकीय नाती

द्या त्याच्या हाकेला साथ
करेल तो कष्टांवर मात
उगवेल पीक दिनरात
टाकून मरगळलेली कात

बालमन

49. मुंगी

आई मला आई मला एक गोष्ट सांग
चालताना मुंगी का गं करते रांग ?

मुंगी बाई असते लई शिस्तप्रिय
लहान असण्याचं तिलाच असते श्रेय

वेळेचं तिला नेहमी असते भान
कष्टाला तिच्या नसते कधी वाण

मोकळं जरी असलं तिच्यासाठी रान
शत्रूंचा नेहमी असतो टांगता बाण

मुंगी कडुन आई मी बरंच काही शिकेन
आळसाला आजच अंथरुणात सोडेन

लहान जरी असेन मोठं मी बनेन
खुप कष्ट करुन शाळा मी शिकेन

50. छकुली

सुंदर माझी छकुली
जणू दिसे फुले बकुळी

गोल गोल तिचे डोळे
हावभाव असतात साधे भोळे

रडता रडता हसते खुद्कून
चालता चालता पडते बुद्कून

गोरा गोरा तिचा रंग
खेळण्यात नेहमी असते दंग

51. जांभई

कंटाळपणाचे लक्षण जांभई
येताचं सारे शरीर शांत होई
निजवार डोळे जांभई येताच कळले
आटपून सारे बिछान्याकडे वळले

घेताच लपेटूनी चादरीला
निद्रेचा खेळ डोळ्यात बहरला
डोक्यात नवे स्वप्न रंगले
फुलवत वेडे मनही दंगले

हळूच नयनी काळोख जडला
दिवसभराचा थकवा संपला
समाधानात गाढ झोप लागली
विश्वाची साऱ्या शांती लाभली

52. वर्गातला बंडू

गोष्ट आहे माझ्या वर्गातल्या बंडूची
नवीन आलेल्या बाईची
एक दिवस शाळेत
झाली जरा घाई
नवीन होत्या बाई
नाव त्यांचे बापट
बंडूला मारली चापट
हातात होती छडी
बंडूला वाटली बेडी
डोळयातुन राग गाळत
चष्मा सांभाळत
बाई म्हणाल्या बंडूला
ताठ उभा रहा
फळयाकडे पहा
नीट कर नाडा
बंद कर राडा
लवकर म्हण आता
बे चा पाढा
बंडू थोडा कापला
उभ्यातच वाकला
नजर त्याची भेरकी
घेत होती गिरकी
वहीत लिहीलेल्या पाढ्यावर
स्थिरावला त्याचा डोळा

घाई घाई त्याने
पाढा केला गोळा
आणि सुरु झाला
बे एके बे
बे दुणे चार
तिसऱ्याच अंकावर
बंडू झाला गार
हे बघून सारं
बाई झाल्या सुरु
काय रे बंडू
आहे नुसता झेंडू
बंडू होता धीट
उभा राहुन नीट
विनंती करुन म्हणाला
चुकलं माझ जरा
आज माफ करा
ठेऊन सारं भान
अभ्यास करीन छान
तेवढ्यात वाजली घंटा
संपला होता तंटा
दप्तर गुंडाळत
थोडासा रेंगाळत
बंडू गेला पळून
मुले मात्र त्याला
पाहत होती वळून

53. लेकुरे गोजिरवाणी

असावे आम्ही ती लेकुरे गोजिरवाणी
हसावे डूलावे फुलावे तुमच्या मनी

सप्त रंगाने रंगावे आशेने फुलावे
गरुडापरी क्षितीजास जिंकावे
पुसावे तुमच्या डोळ्यांचे पाणी
असावे आम्ही ती लेकुरे गोजिरवाणी
हसावे डूलावे फुलावे तुमच्या मनी

जगी माता पिता आम्हा आधार
उंच झेप घेण्या पंखा नसे माघार
नाव तुमचे सदैव आमच्या वाणी
असावे आम्ही ती लेकुरे गोजिरवाणी
हसावे डूलावे फुलावे तुमच्या मनी

54. नामोल्लेख

पहाटे पहाटे 'आरुषी' अंगणात पडताच
जिवनात काय 'अरजित' केले
याचा 'सारांश' काढताच लक्षात आले
'पूर्वी' जे जगले तेच 'देवांश' होते

'स्वानंद' मनात दाटून येताच
'हर्ष' 'उल्हास' जागृत झाले
'दिशा' वेगळी 'मनस्वी' कळताच
आधी जे झाले तेच 'ऋषिकेश' होते

'जय' 'विजय' नयन कडात वाहताच
'श्रद्धा' 'माही' मनात 'अरावली'
'सुरमयी' असे आयुष्य जगून झाले
शेवटी जे 'चिन्मय' ठरले तेच 'राजन्य' होते

वंदनीय

55. अहिंसका

मज भावली तुझी संकल्पना अहिंसका
तुज शोधले मी ठाई ठाई निर्मिका
पागोड्यात तुझ्या विश्वशक्ती दाटली
अर्जिण्या मनःशांती वाट तुझी गाठली

त्याग तुझा गौतमा होता महान
सारे दुःख तुजला झाले लहान
डोळे मिटुनी शांत तू बसशी
विश्वशांती सारी तुझ्यात वसशी

मध्यम मार्ग तुझा अजून न कळला
जाता जाता एकदा तू का नाही वळला
ज्ञान तुझे सिद्धार्था पंचशील मिळाले
साऱ्या जगाचे दुःख तूच गिळाले

पाहता तुझी निद्रिस्त पवित्र मूर्ती
मनात गुंजली अथांग कीर्ती
चेहऱ्यावर तुझ्या निरागस स्मित हास्य
मज ना कळले त्याचे गहन रहस्य

56. चाणक्या गुरु मानुनी

चाणक्या गुरु मानुनी, चंद्र तो धावला
अखंड भारत तेवण्या, रवी तो बनला

मूरा पोटी जन्मुनी, क्षत्रीय तो उठला
पिपली वनी राहुनी, मौर्य तो घडला

भारता वक्रदृष्टी, सिकंदारा तो जाणला
पूरु संगे लढूनी, केसरी तो जाहला

धूर्त सेलूकसा, युक्तीने तो जिंकला
मातृभूमी झटूनी, नंदाशी तो भिडला

विखूरलेले प्रांत, एकसंघ तो जोडिला
प्रजा सुख जाणुनी, सम्राट तो गणला

सत्य अहिंसा दावूनी, मना तो भावला
ऐश्वर्य सारे त्यागूनी, महाविरा तो नमला

चाणक्या गुरु मानुनी, चंद्र तो धावला
अखंड भारत तेवण्या, रवी तो बनला

57. मर्दांनो लाजा

मावळयांनी जय शिवाजी बोलले
शक्तींचे त्यांच्या राज खोलले
लढताना बघुन ते मर्द मावळे
परक्याही माझे शिवराय भावले

गडकोटाच्या कडा उंच जाहल्या
बालपणी राजाने स्वप्नात पाहल्या
जिंकतांना रक्ताच्या नद्या वाहल्या
स्वराज्याने बंधिस्त वेदना साहल्या

माता जिजाऊ केले स्वराज्य सादर
शिवबाने शिकविला स्त्रिचा आदर
राजाश्रयाने संतांना अर्पिला ज्ञानादर
मुगलांना पळविले राजाने वेशीवर

शतकानुशतके करु गाजा वाजा
होणे नाही दुसरा जाणता राजा
सुखी केली ज्याने पिडीत ती प्रजा
नमून माझ्या शिवबाला मर्दांनो लाजा

58. रुजव जरा काळजात

हे मराठी माणसा नको भांडू आपसात
स्वराज्य टिकविले संभाने रुजव जरा काळजात

तुकडे झाले चार पाच अन हजार
तरी नाही कुठलाच पराक्रमाचा बाजार
कसे असेल ते जगणे अन मरणे
समजून घ्यावे स्वतः सांगावे न लागणे

राजे आम्ही फक्त कहाण्या ऐकल्यात
आपण मात्र त्या प्रत्यक्षात भोगल्यात
स्वराज्याचा पेलला उरावर डोंगर
लढायांचा नजाणे कसा हाकलास नांगर

राजे आयुष्य जरी तुम्हाला लाभले लहान
जिद्द आणि धाडसाने कर्तुत्व जाहले महान
क्रूर औरंगजेबाने जरी तुमचे डोळे काढले
आत्मविश्वासाने तुमच्या मात्र त्यास येथेच गाडले

आम्ही फक्त मालिका पाहिल्यात
आपण मात्र अनंत वेदना साहल्यात
हे मराठी माणसा नको भांडू आपसात
स्वराज्य टिकविले संभाने रुजव जरा काळजात

59. उगवली ज्योती

लखलखण्या चांदण्या
उगवली ज्योती
दाह करुनी जीवाचा
वाटिले ज्ञानाचे मोती

मते नव्हती अनुकूल परी
माता चालली निष्ठेने
जग गाजविती चांदण्या
आपुल्या ज्ञान प्रतिष्ठेने

केले श्रद्धेने प्रबोधन
घेऊन सत्याला ओठी
ज्ञानपथ खोलण्या लेकींना
जगली माय ती मोठी

प्रकाशुनी हे भारतवर्ष
मग मावळली ज्योती
पुण्य स्मरणात मातेच्या
बोला जय जोती ! जय क्रांती !!

60. देव जाणला

एक संत जणू भगवंत
हाती झाडू असे कीर्तिवंत
करी सदैव राष्ट्र निर्मळ
मानुनी मानवता धर्म केवळ

पटविले महत्त्व शिक्षणाचे
घेऊन नाव भंगवंताचे
अंधश्रद्धेवर करून घणाघात
भांडू नका म्हणे आपसात

ठिगळे जरी होती वस्त्राला
दिनदुबळ्या धर्मशाळा बांधी आश्रयाला
सांगत असे पवित्र मंत्र जगाला
गोपाला गोपाला देवकीनंदन गोपाला

न मिळविता कुठला मेवा
रंजल्या गांजल्याची केली सेवा
तोची साधू मी मानला
गाडगे बाबातच देव जाणला

61. ज्ञानमोती

ज्ञान सागरातुनी ज्ञानमोती फुलला
करण्या सार्थ जीवा दिनरात झटला
सांगुनी सत्यपथ सारा विश्व फिरला
भारतरत्नाने तो विश्वरत्न नटला
ज्ञान सागरातुनी ज्ञानमोती फुलला

अंधारल्या वाटेला प्रकाशुनी निघाला
उच्चनिचतेच्या सरीने नजाणे कितीक भिजला
होण्या समान सारे पेटुनी तो उठला
झाला सुखी जन न्यायास जो मुकला
ज्ञान सागरातुनी ज्ञानमोती फुलला

शोधण्या सत्य पथाला फुले शिष्य बनला
धुडकावूनी रूढी परंपरा मनुस्मृतीशी नडला
गणतंत्र दाऊनी जना महायोगी गणला
त्यागुनी स्वधर्म बुद्ध पायी नमला
ज्ञान सागरातुनी ज्ञानमोती फुलला

उठ रे जना तू सरसावण्या स्वतःला
लढण्याआधीच भल्या असा का दमला
चालुनी नव वाटेला अज्ञानाने का हेरला
विसर का पडला तुजसाठी संविधान रचला
ज्ञान सागरातुनी ज्ञानमोती फुलला

62. माई

माई तुझ्या सोनपावली होती प्रेमाची सावली
मोठ्या पुण्याईने लाभली माझ्या जन्मास तू माऊली

माई तुझ्या मायेचा ओलावा
जणू वसंत ऋतूतील थंड हवेचा गारवा

होऊनी लहान माई तुझ्या कुशीत सुखावे
तुझ्या मायेच्या क्षणाला कधीही न मुकावे

तुच माझी जिजाई तुच माझी यशोदामाई
तुझ्याच पासुनी उमगले मज सर्वकाही

माई माझी मधुर माई माझी गोड
काळजी करणे माझी आता तरी सोड

माई तुझ्या शब्दांत होते जीवनाचे ज्ञान
म्हणुनी मिळतो मला या जगामध्ये मान

माई तुझ्या सु-संस्काराची पुंजी
माझ्या वर्तनाने दिशा दिशात गुंजी

थकून येता माई तूच होती माझा विसावा
तूच शिकविले मज कसा सुविचार करावा

माई माझी साधी भोळी माई माझी कष्टकरी
तुझी सेवा सोडूनी का व्हावे मी वारकरी

माई तुझ्या आशीर्वादाची शक्ती
जशी तुकोबाची पांडुरंगावरील भक्ती

तुच माझी श्रद्धा माई तूच माझा विश्वास
तुझे स्मरण माई जणू परमेश्वराचा ध्यास

माई तुझ्या विना काय करावा परमार्थ
तूच माझा आदर्श आणि सर्वार्थ

तुझे विचार माई माझ्यासाठी चारही वेद
तूच शिकविले नाही करावा जन-मानसात भेद

माई तू कष्टली दमली रमली माझ्या गं साठी
म्हणून बांधू शकलो मी आयुष्याच्या रेशीम गाठी

मला घडविता माई तुझे झाले फार हाल
तुझ्याच नियमांनी सुरु आहे माझी वाटचाल

माई तुझे दृढ वैचारिक संकल्प
तूच शिकविले कष्टाविना नाही दुसरा विकल्प

माई तुझी साधी सरळ राहणी
तरी देखील अतुल्य अविस्मरणीय कहाणी

रानमोती

माई तुझे स्मरण करी डोळे ओलेचिंब
माझे हे जीवन फक्त तुझेच प्रतिबिंब

माई तूच माझ्या कर्तुत्वाचा आरसा
दे शक्ती मज चालविण्या तुझा वारसा

माझ्या सर्व चुका माई तू घातल्या सदैव पोटात
जीवनाच्या अंतापर्यंत नाव असावे तुझेच ओठात

माई तू केले जे कार्य निस्वार्थ
नाही जाऊ देणार मी असेच व्यर्थ

माई वचन तुला मी देते आज
घालीन जीवनास माझ्या सत्कर्माचा साज

अंत:करणातून ईश्वराला करील एकच प्रार्थना
तूच जननी लाभावी माई जन्मानुजन्मा

अनाठाई

63. कातिण

कातिण ती रूढी प्रथांची
जाळे विणून गेली
अडकवित जनभाबड्या
ज्ञानसत्यास मुकवून गेली

होळी येता लाकडे जाळा
मास न खाता श्रावण पाळा
रमजानात फक्त पुण्य गोळा
जीवन वेग मंदावून गेली
कातिण ती रूढी प्रथांची

स्नान करुनी ग्रहण सुटले
हुशार म्हणवती वेडे कुठले
शनी साथीने आम्हा ग्रासले
चंद्र आम्हा मामा भासले
कातिण ती रूढी प्रथांची

विवेक बुद्धीला ना पटले
परंपरेने तेच ते रेटले
कर्जात बुडूनी सण साजरे
त्याचाच करता नाज रे
कातिण ती रूढी प्रथांची

64. व्यर्थ विचार

व्यर्थ विचार जाळ्यात
का अडकविता मनाला
प्राणी बळीच पाहिजे
कशास नवसाच्या देवाला

रूढी परंपरेच्या धाग्याने
कशास विनता टोपरे
क्षण भंगूर जीवन हे
असेच पावेल लोप रे

होम हवन पूजेत
का पडता अडकूनी
नास्तिक इतरा संबोधुनी
जगी अंधश्रद्धा भडकवूनी

दक्षिणा देऊनी झाले भिकारी
सुशिक्षित कसे रे भोळे
भविष्य ठरवी हाताच्या रेषा
शिक्षणाने ना उघडले डोळे

द्यावी जीवनाला दिशा
धरुनी विज्ञानाची कास
धुवून टाका सारे
शनी साडेसातीचे भास

65. मद्यासूर

गाववेशीवर मद्यगंगा वाहत येता
मद्यासूर ते बेधुंद जाहले
घोट गटकता कंठाखाली
जणू वाटले अमृत प्राशिले

अमर झाल्यागत आनंदले
घनघोर धुरात बुडू लागले
घर दार भेद न राहिला
मना वाटे लोळू लागले

विस्मरीत सारे आप्तगण
बेधुंद धुंदीत न्हावू लागले
त्यासी वाटे तीर मारले
सारे दुःख संपवून टाकले

शिमगा होळी त्यांनीच राखले
मद्यासूर पदव्या वाटू लागले
पिऊन सारे म्हणे न प्राशिले
खोटे बोल ते वदू लागले

पैसा अडक्याने संपू लागले
मद्य प्राशून भिक मागू लागले
मन देहाचे संयम सुटू लागले
व्यसनाचे गुलाम बनू लागले

66. लिलाव

होतास तू तर अनमोल
हुंडा घेऊन का होतोस बेमोल
पाच लाख पंचवीस लाख
आता तरी लाज राख
गड्या तुझी तर बोली लागली

धनाढ्य बाप घेऊ पाहतो विकत
स्वाभिमान तू का नाही शिकत
बोल पोरगी तुमची नापास
जीवनात माझ्या नाही होत पास
गड्या तुझी तर बोली लागली

वधू बापांनो बंद करा लिलाव
अनपढ सुशिक्षित नाही मिलाव
विकत घेउनी न चाले संसार
विचार करा कन्या नाही लाचार
गड्या तुझी तर बोली लागली

आग्रह एकच उरी जकडा
योग्य तोच वर निवडा
लिलाव करणे तुम्हीच थांबवा
तरच लाभेल संसारी गोडवा
गड्या तुझी तर बोली लागली

67. ..कश्या फुलतील वेली ?

गर्भपात गर्भपात ठराव पास केला
शब्द पडताच कानी श्वासाचा अंत झाला
भंगता स्वप्न पुत्र प्राप्तीचे दिली मज शिक्षा
न उमजले मज पुत्राचीच का मागावी भिक्षा

नाव कळण्याआधी सरिता वनिता की माला
भव्य स्वप्नांचा क्षणातच अंत झाला
वेदना हळहळल्या अश्रूही तापुनी वाहले
इवल्याश्या डोळ्यांनी आईबाबांचे स्वप्न पाहले

उत्तरार्धात पुत्र तुमचा करेल जेव्हा बेहाल
पश्चातापाने मग भिजतील तुमचे गाल
बेटी बचाव बेटी पढाव अनंत गुंजली नारे
निर्घूण कृत्याने तुम्हा जग वेडे म्हणेल सारे

धन तुमचे हेच खरे दिव्य रत्न कन्या
आदिशक्ती प्रतिभा अन तीच सुंदर लावण्या
प्रश्न एकच मनी दाटला कन्या जन्माआधीच गेली
तर सृष्टीत कश्या फुलतील वेली ?
... कश्या फुलतील वेली ?

सहज

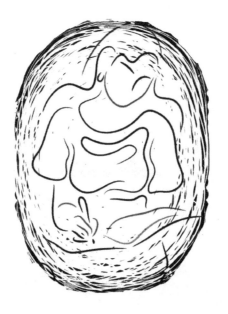

68. आज तिचा चेहरा..

आज तिचा चेहरा थोडा सुकला होता
माझा अख्खा दिवस तिच्या हसण्यावाचून मुकला होता

दिवस होता तसा सुट्टीचा, गप्पा अन गोष्टींचा
नजाणे कुठला काटा तिला खुपला होता
आज तिचा चेहरा थोडा सुकला होता

बसली होती खाली, हसू नव्हते गाली
डोळयात आलेला आसू पटकन तिने पूसला होता
आज तिचा चेहरा थोडा सुकला होता

वातावरण होतं थंड, कुठलच नव्हतं बंड
ओठात आलेला शब्द माझाही आज नमला होता
आज तिचा चेहरा थोडा सुकला होता

दिले नव्हते पाणी, शांत होती गाणी
नजाणे कुठला शब्द तिला आत रुतला होता
आज तिचा चेहरा थोडा सुकला होता

जेवण होतं अळणी, मिळत नव्हती गाळणी
सकाळपासून मौनातच जीव तिचा गुंतला होता
आज तिचा चेहरा थोडा सुकला होता

रानमोती

सुकली होती फुले, रडत होती मुले
सततचा नियम तिचा बराच काही चुकला होता
आज तिचा चेहरा थोडा सुकला होता

काहीच नव्हतं ध्यानात, विसरत होती क्षणात
रोजचा तिचा स्वभाव आज कुठेतरी हरवला होता
आज तिचा चेहरा थोडा सुकला होता

सुट्टीची असते मजा, पण आज होती सजा
माझा सारा दिवसच आनंदाविना हुकला होता
आज तिचा चेहरा थोडा सुकला होता

मनवायची माझी शर्थ, झाली होती व्यर्थ
न हसण्याचा कटच जणू तिने बांधला होता
आज तिचा चेहरा थोडा सुकला होता

तिचं मैत्रिणीच बिनसलं होत, भांडण थोडं गाजलं होतं
हे सारं कळताच मात्र विचार माझा थांबला होता
आज तिचा चेहरा थोडा सुकला होता
माझा अख्खा दिवस तिच्या हसण्यावाचून मुकला होता

• 110 •

69. खूप प्रेम तुझ्यावर करतो..

खूप प्रेम मी तुझ्यावर करतो असे मी म्हणत नाही
पण जेवढे करतो त्यात काही उणे मात्र उरत नाही
तुझ्यासाठी कधी आठवणीने भेटवस्तू आणत नाही
पण तू सांगितलेल्या वस्तू आणायचे कधी विसरत नाही
खूप प्रेम तुझ्यावर करतो असे मी म्हणत नाही

कामामध्ये तुझी आठवण कधी काढत नाही
पण रिकामा क्षण तुझ्या आठवणी शिवाय जात नाही
तुला कधी सिनेमा नाटकाला नेणं होत नाही
पण तुझ्याबरोबर जगणं सिनेमापेक्षा कमी वाटत नाही
खूप प्रेम तुझ्यावर करतो असे मी म्हणत नाही

तसा उपाशी मी तुझ्यासाठी कधी राहत नाही
पण तू उपाशी राहिली तर घास मात्र जात नाही
तुझ्या चेहऱ्यावर आनंद फुलावा असे मी म्हणत नाही
पण तुझी उदासी मला पाहवली मात्र जात नाही
खूप प्रेम तुझ्यावर करतो असे मी म्हणत नाही

नेहमीच मी तुझ्यात हसत रमत नाही
पण तुझ्यापेक्षा जास्त काही मला आवडतही नाही
तू खूप छान आहे असे मला कधी वाटत नाही
पण तुझ्यात काही उणे आहे असेही मला भासत नाही
खूप प्रेम तुझ्यावर करतो असे मी म्हणत नाही

तुला कधी चोरून लपून न्याहाळणे मला जमत नाही
पण तू समोर असता नजर मात्र इतरत्र फिरकतही नाही
तू खूप प्रेमळ आहेस असे मी म्हणू शकत नाही
पण तू खूप निष्ठुर आहेस असेही मला जाणवत ही
खूप प्रेम तुझ्यावर करतो असे मी म्हणत नाही

तू खूप समजुतदार आहे असे मी म्हणत नाही
पण खूप जुळवून घेते असेही मला वाटत नाही
तू खूप वेगळी आहे असे मी म्हणत नाही
पण तुझ्यापेक्षा वेगळं मला काही दिसतही नाही
खूप प्रेम तुझ्यावर करतो असे मी म्हणत नाही

तू खूप खर्चिक आहेस असे मी म्हणत नाही
पण तू पैसा जमवून ठेवतेस असंही मला वाटत नाही
तू यशस्वी आहे असे मी म्हणत नाही
पण तू अपयशी ठरतेस त्यात माझा काही दोष नाही
खूप प्रेम तुझ्यावर करतो असे मी म्हणत नाही

तुझ्याने बाळाची हेळसांड होते असं मी म्हणू शकत नाही
पण तू खूप काळजी घेते असेही मला वाटत नाही
तुला एकट्यात गुलूगुलू बोलणे मला जमत नाही
पण इतरांमध्ये तुझा आदर केल्याशिवाय मात्र राहवत नाही
खूप प्रेम तुझ्यावर करतो असे मी म्हणत नाही

तुझ्याबरोबर खूप आयुष्य जगावं असं मी म्हणत नाही
पण जे जगेल ते कधी संपावं असंही मला वाटत नाही
तुझ्याशिवाय जगणे अशक्य आहे असे मला वाटत नाही
पण तुझ्याशिवाय ते कसे असेल ते मी सांगू शकत नाही
खूप प्रेम तुझ्यावर करतो असे मी म्हणत नाही

70. रिकामी पोरं

रिकाम्या वेळी हातपाय तोडतो
लागली भूक की चार भाकरी मोडतो
तुम्ही म्हणाल साले काय लेकाचे ढोरं
असेच हाव आम्ही रिकामी पोरं

ठिगळे असली तरी शान लय मारतो
मागं पुढं पाहत न्हायी राजकारण करतो
भ्यत न्हाय कोणाले डायरेकच भिडतो
सोतासाठी न्हाय तर लोकासाठी लढतो

समाजसेवा करण्याचा लय भारी छंद
जरी असन आमची बुद्धी थोडी मंद
खिशात नाही दमडी दानवीर बनतो
मेहनतीची कमाई मात्र धाब्यावर मांडतो

हातात न्हाय पोराच्या नोकरी न धंदा
तरीही तयारच भेटन लग्नाला बंदा
घरच्यांना असते नेहमीच लगीन घाई
माय म्हणते बाळा पाहिजे सूनबाई

बैलगाड्या गेल्या अन टू व्हीलर आल्या
पाहून आमचा थाट म्हणते शेजारचा माल्या
पाय न्हाय पुरत अन शेफारला का साल्या
मंग डोकं आमचं सरकते ऐकुनी ह्या गाल्या

• 113 •

बस झालं माल्या लय ऐकून घेतो
लेकराला माह्या आता फोर व्हीलर देतो
मी झालो बाप अन कोणाला भितो
देशी दारू सोडून आता इंगलीशचं पितो

तुम्ही म्हणाल साले काय लेकाचे ढोरं
असेच हाव आम्ही रिकामी पोरं

71. म्या होईन सरपंच

म्या होईन सरपंच माणूस रोकठोक
सांगतो तुम्हाले आज बोलून छातीठोक
माह्या संग हायेत जमाना भराचे लोक
आसंन कुणात दम तर लावा मले रोक

कालच म्या देल्ली बोकड्याची पार्टी
लय होती खायाले रिकामी कार्टी
सांगितलं बजावून गावराणी पाजून
मत न्हाय देल्लं तर हानीन खेटरं मोजून

पिण्याच्या पाण्याचा गावात न्हाय पत्ता
रोज पारावर भरवता डाव तीन पत्ता
निवडणुकीत तुम्ही जर देल्ला मले गुत्ता
बंद करिन तुमचा डेली गावटीचा भत्ता

अधिकाऱ्यानं देल्ल चिन्ह मले रेडा
निवडून आलो तर खाऊ घालीन पेढा
नाव माह्य पोट्यांनो गावात गिरवा
जिंदगीभर पोटभरून खासान मेवा

इकास गावचा करून ठेवला येडा
म्या करीन बरा तुम्ही परचाराले भिडा
गावाची खांद्यावर घेतली म्या धुरा
समजा मले तुमचा नेता खराखुरा

आतालोक बसवले चोर तुम्ही आणून
एकडाव इचार करा मले घ्या जाणून
काम न्हाय करणार कोणाचं तोंड पाहून
गावासाठी झुरीन सगळे आपले माणून

परचारात पैसा लय म्या ओतला
इरोधकाचा भोंगा बंद करून फोडला
निवडणूक होईलोक आता न्हाय भांडत
हारलो जर यंदा नेतो तुम्हाले कांडत

72. ऑफिस-ऑफिस

आपलं गड्या ऑफिस लय हाय भारी
गोष्ट सांगतो त्याची आज तुले खरी
उन्हा पाण्यात धाव धाव नित्य मी सुटतो
घेत नाही सुट्टी रोज हजर राहतो

कामात न्हाय सोडत जराबी सैल
जणू मी ऑफिसात असतो कोलूचा बैल
किती केली मरमर भेटत नाही बढती
पाहून घरचे सारे मलाच रागा भरती

जेवण करतो जणू घोडा खातो घास
घामाने अंगाचा नुसता येतो वास
दमतो करून रोज तोच तो नाच
नाही खात कुणाकडून कवडीची लाच

डोळ्यात माझ्या स्वप्न होती हजार
ऑफिसच्या राजकारणात झाली हद्दपार
कोणी आहे अधिकारी तर कोणी लाचार
काही करतात काम काही नुसतेच संचार

हीच आहे कामाची नित्य दिनचर्या
यात माझ्या हाडाचा लय वाजतो बोऱ्या
पायता पायता वेळ अशीच जाईल निघून
एक दिवस रिटायरमेंट बाहेर देईल झोकून

73. बातम्याच बातम्या

जगाच्या बातम्या, बातम्याच जग
संपूर्ण विश्वच जणू बातम्या
वर्तमान पत्रात बातम्या
साप्ताहिकात बातम्या
मासिकात बातम्या
टिव्हीवर बातम्या
फेसबूकवर बातम्या
ट्वीटरवर बातम्या
व्हाट्सअपवर बातम्या
इकडे-तिकडे, जिकडे-तिकडे, सगळीकडे बातम्याच बातम्या

लालूच्या अटकेची
मोदीच्या फटक्याची
राज-उद्धवच्या चुरशीची
पवारच्या पावरची
भूजबळच्या समतेची
संजयच्या गेमची
शहाच्या सिटीझनची
शाहीनबागच्या आंदोलनाची
केजरीवालच्या मोफत विजेची
तर राहुलच्या मंदिर प्रवेशाची दखल घेणारी बातमीच

• 118 •

राणी अमोल मोरे

तरुणांचा जल्लोष
स्वतंत्र सैनिकांचा जयघोष
जेष्ठांना आधार
पाल्यांवर संस्कार
आतंकवाद्यांवर वार
स्त्रीयांवरचे अत्याचार
दुषीतांचे दुराचार
पाकिस्तानचे कुविचार
संत महात्म्यांचे सुविचार
तर प्रेक्षणीय स्थळांचे दर्शन घडविणारी बातमीच

दारू, बार, दोन नंबरचे धंदे
कधी हिंदू मुस्लिमांचे दंगे
बँका लुटणारे, दारू ढोसणारे
सीमेवरून देशात घुसणारे
गावा गावातील चोऱ्या
उडान टप्पुंच्या हाणामाऱ्या
नदीला आलेला पूर
दुष्काळग्रस्तांची कुरकुर
बेरोजगारांना नोकरी
तर भुकेलेल्या भाकरी मिळवून देणारी बातमीच

अर्थमंत्र्यांचे वार्षिक बजेट
शेतकऱ्यांना योजनांचे पॅकेट
अमेरिकेचा वाढता डॉलर
सिने तारकांचा ग्लेमर
सणावारांची उधळण
रुपयांची घसरण
शेअर मार्केटची उतरण

• 119 •

रानमोती

अदाणी-अंबानीची कुजबूज
टाटा-गोदरेजची सूझबूझ
तर विदेशी कंपन्यांची थेट गुंतवणूक सांगणारी बातमीच

सुनेची जाळपोळ
नागरिकांची होरपळ
राजकर्त्यांचे घोटाळे
नागरिकांचे वाटोळे
मोदी-माल्यांचे पळून जाने
रातोरात नोटा बंदी होणे
धोनी-युवराजचे क्रिकेट
सानिया-सायनाचे रॅकेट
आतंकवाद्यांचे विघ्न
तर जम्मू-काश्मीरचे प्रश्न मांडणारी बातमीच

कुणाला आदरांजली
कुणाला श्रद्धांजली
कुणाला गौरवांजली
कुणाला वाढदिवसांच्या सुभेच्छा
सामान्यांच्या मनातील इच्छा
अश्या ह्या विविधरंगी बातम्या
सांगाव्या, लिहाव्या, ऐकाव्या, पाहाव्या तेवढ्या कमीच
कारण त्याच रंगवतात सकाळ, दुपार अन संध्याकाळ
दाखवतात भूतकाळ, वर्तमानकाळ अन भविष्यकाळ
त्याच असतात दिवसाच्या चोवीस तासात
अन आठवड्याच्या सात दिवसात, फक्त बातम्याच बातम्या
इकडे-तिकडे, जिकडे-तिकडे, सगळीकडे बातम्याच बातम्या...

74. सारांश

ग्राम पंचायती आणि सरकारी शाळांच्या
भिंतीवर सुविचारांची रंगोटी झाली
हे सारं पाहून आम्हाला वाटलं
देश सुसंस्कृत आणि सुशिक्षित झाला

वकिलीच्या अनेकांना पदव्या मिळाल्या
स्वतंत्र न्याय प्रणालीचा स्विकार झाला
हे सारं पाहून आम्हाला वाटलं
देश न्यायप्रिय आणि अन्यायमुक्त झाला

कोट्यावधींची बजेट सादर झाली
योजनांचा सर्वत्र थर साचू लागला
हे सारं पाहून आम्हाला वाटलं
देश समृद्ध आणि सधन झाला

पर्यावरण कार्यक्रमाला हजेऱ्या वाढल्या
'झाडे लावा, झाडे जगवा' जप सुरु झाला
हे सारं पाहून आम्हाला वाटलं
देश हिरवागार आणि प्रदुषणमुक्त झाला

प्रसारमाध्यमे आणि वृत्तपत्रांना चालना दिली
जाहिरातींचा सपाटा भलताच वाढला
हे सारं पाहून आम्हाला वाटलं
देश सामान्य माणसाचा आवाज झाला

रानमोती

सर्वच धर्मांना आणि भाषांना आश्रय दिला
साऱ्या सणाला सुट्ट्याही मिळाल्या
हे सारं पाहून आम्हाला वाटलं
देश धर्मनिरपेक्ष आणि ऐकतावादी झाला

सिनेमागृहात राष्ट्रगीत अनिवार्य झाले
"वन्दे मातरम्" नारेही गुंजू लागले
हे सारं पाहून आम्हाला वाटलं
देश आता भक्तीमय आणि देशप्रेमी झाला

75. लेखणी माझी

लेखणी माझी बरेच काही लिहून जाते

बोलणाऱ्यांना बोलून जाते
ऐकणाऱ्यांना ऐकवून जाते
दिसणाऱ्यांना दाखवून जाते
समजणाऱ्यांना भावून जाते
लेखणी माझी बरेच काही लिहून जाते

शब्द छेदूनी मांडून जाते
अर्थ भिनुनी रूजवून जाते
निरागस मन हसवून जाते
हसतं मन खेळवून जाते
लेखणी माझी बरेच काही लिहून जाते

हवं ते वदवून जाते
नको ते दडवून जाते
सत्य तेच बोलून जाते
तुटलेले नाते जोडून जाते
लेखणी माझी बरेच काही लिहून जाते

रानमोती

कर्म प्रेरीत करुन जाते
अधर्म लाती तुडवून जाते
भेद अभेद मोडून जाते
एकोपा निर्माण करुन जाते
लेखणी माझी बरेच काही लिहून जाते

Rani More

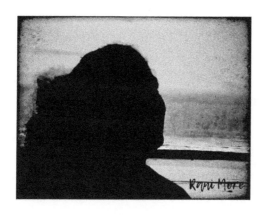

www.ingramcontent.com/pod-product-compliance
Lightning Source LLC
LaVergne TN
LVHW090055230825
819400LV00032B/740
9781648503115